Ninja 2

செல்ஃபி எடுத்துக்கொள்கிறது மரம்

லிங்கூ 2

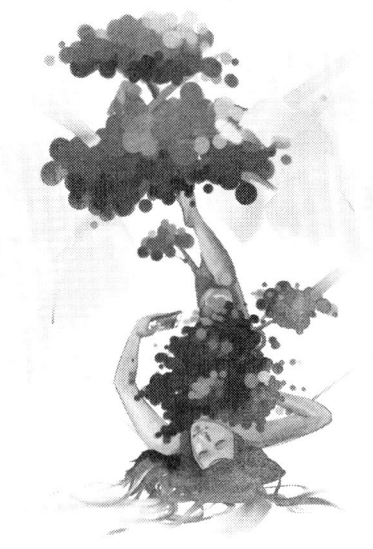

என். லிங்குசாமி

செல்ஃபி எடுத்துக்கொள்கிறது மரம்
என். லிங்குசாமி©

Selfie Eduthukolkirathu Maram (Haiku)
N. Lingusamy©

Publisher: Discovery Book Palace
First Edition: May - 2016
Second Edition: December - 2017
Pages: 118   ISBN: 978-93-84301-29-3
Drawings: AP. Shreethar
Cover & Book Design: SKTCH Designworks

Discovery Book Palace (P) Ltd,
6, Mahaveer Complex, Munusamy Salai,
K.K.Nagar West, Chennai-600 078.
Ph: +91 - 44-6515 7525
Mobile: +91 87545 07070

E&mail: discoverybookpalace@gmail.com,
Website: www.discoverybookpalace.com

Rs. 110

என்னுரை

குழந்தைகள் விளையாடும் மரத்தடியில்
பழத்தை நழுவவிடுகிறது
அணில்

இந்தக் கவிதையில் அணில் பழத்தை நழுவவிடுவதைப்போல, மேலிருந்து யாரோ எனக்காக கவிதைகளை நழுவவிடுகிறார்கள்.

ஒரு ஜன்னலோர பயணத்தின்போதோ, மரத்தடியில் அமர்ந்திருந்தபோதோ, மழையில் நடந்த போதோ, ஒத்த அலைவரிசை நண்பர்களோடு உரையாடிக்கொண்டிருந்தபோதோ, வெறுமனே அமைதியாக இருந்தபோதோ தாமாகவே என்னுள் வந்து சேர்ந்தவைதாம் இந்தக் கவிதைகள். எந்தத் திருத்தமும் இல்லாமல் எந்த வேலைப்பாடும் செய்யத் தேவைப்படாமல் அப்படி அப்படியே வந்து சேர்ந்தவை.

இந்தக் கவிதைகளை மீண்டும் படித்துப் பார்க்கும்போது இவற்றையெல்லாம் நான்தான் எழுதினேனா என்று எனக்கே வியப்பாக இருக்கிறது. அதனாலேயே சொல்கிறேன். இந்தக் கவிதைகளுக்கெல்லாம் நான் ஒரு சாட்சி. அவ்வளவுதான். ஏதேச்சையாக என் செருப்பில் வந்து ஏறிப்போன அந்த எறும்பு, நான் பார்க்கும்போது சரியாக இலையிலிருந்து வழிந்த அந்த மழைத்துளி, என் கவிதைகளைக் கிழித்துக் கப்பல்விட்ட என் மகள், புத்தாண்டு இரவில் என் பார்வையில் பட்ட அந்தக் குடுகுடுப்பைக்காரன், தெருவில் உடைந்து கிடந்த பூசணிக்காய், எந்நேரமும் என் கண்

பார்வையிலேயே புன்னகைக்கும் என் அலுவலகப் புத்தர், இவர்களைத் தவிர வேறு யாருக்கு நான் நன்றி சொல்வது.

எந்த நேரமானாலும் என் கவிதைகளைச் சொல்லிப் பார்க்க எனக்காக காது கொடுக்கிற அன்பு அண்ணன் அறிவுமதி, பிருந்தா சாரதி, பேராசிரியர் கு.ஞானசம்பந்தன், இயக்குநர் சசி, பன்னீர் செல்வம், மணி பாரதி, நந்தா பெரியசாமி, இளம்பிறை உள்ளிட்ட எனது அன்புக்குரிய நண்பர்களுக்கும் நன்றி.

நான் மிகவும் நேசிக்கும், மதிப்பிற்குரிய கவிக்கோ அப்துல் ரகுமான் ஐயா, மேடைதோறும் என் கவிதைகளைத் தவறாமல் கொண்டு சேர்க்கும் என் நண்பர் ஜெயபாஸ்கரன் இருவரும் அழகாக அணிந்துரையையும் வாழ்த்துரையையும் வழங்கியிருக்கிறார்கள். அவர்களுக்கு என் மனமார்ந்த நன்றி.

இந்தப் புத்தகம் இவ்வளவு அழகாகவும் லெட்சணமாகவும் இருப்பதற்குக் காரணமாக இருக்கும் ஓவியர் ஏ.பி. ஸ்ரீதருக்கும் நேர்த்தியாக வடிவமைத்து வெளியிடும் டிஸ்கவரி புக் பேலஸ் வேடியப்பனுக்கும் எனது அன்பும் நன்றியும்.

என்.லிங்குசாமி
சென்னை
25.5.16

lingoohaiku@gmail.com

நன்றி
**ஆனந்த விகடன்
குமுதம்
குங்குமம்
தை**

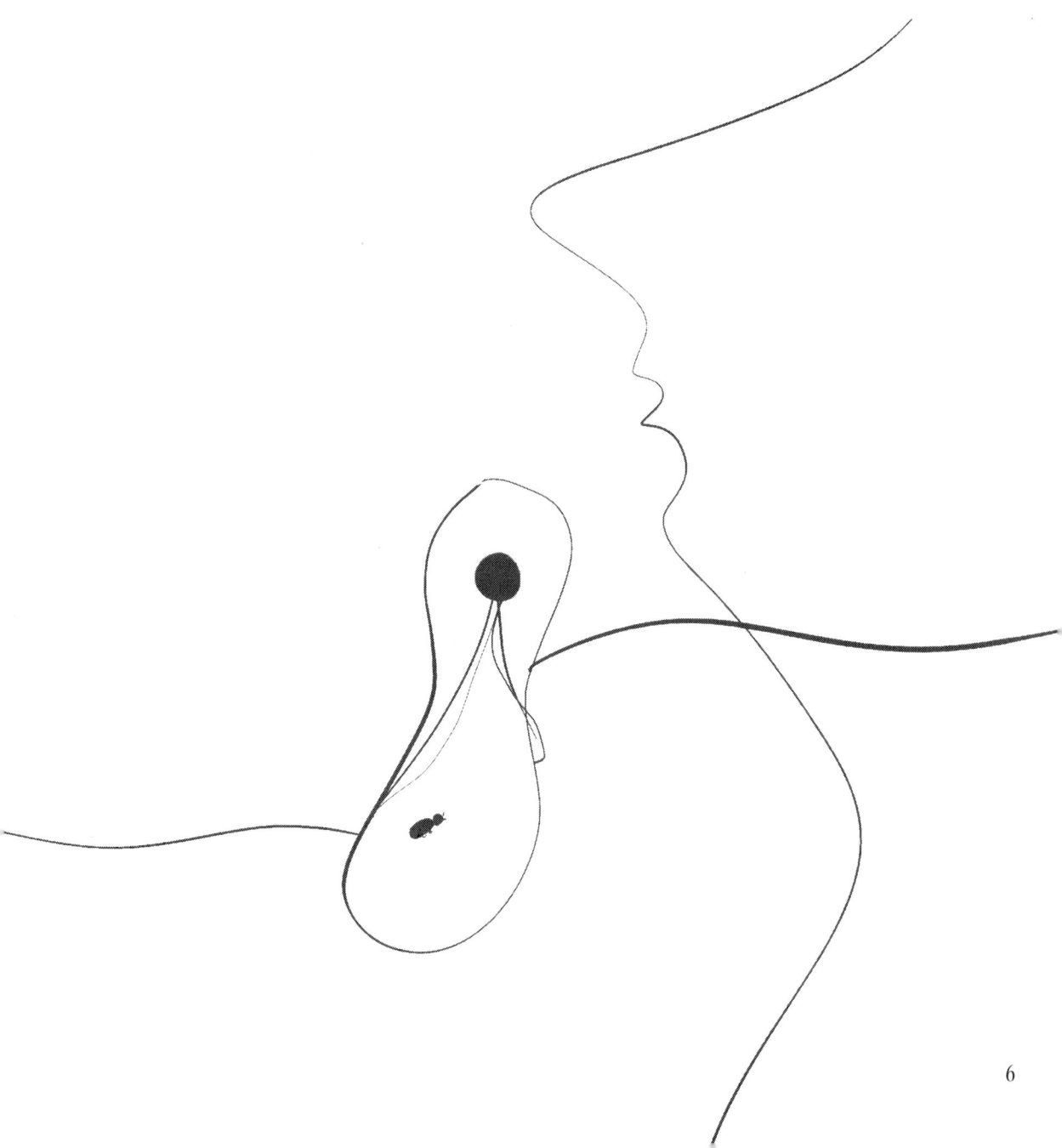

செருப்பில் ஏறிப்பார்த்து
காலுக்குப் பொருந்தாமல் இறங்கிச் செல்கிறது
எறும்பு

குழந்தைகள் விளையாடும் மரத்தடியில்
பழத்தை நழுவவிடுகிறது
அணில்

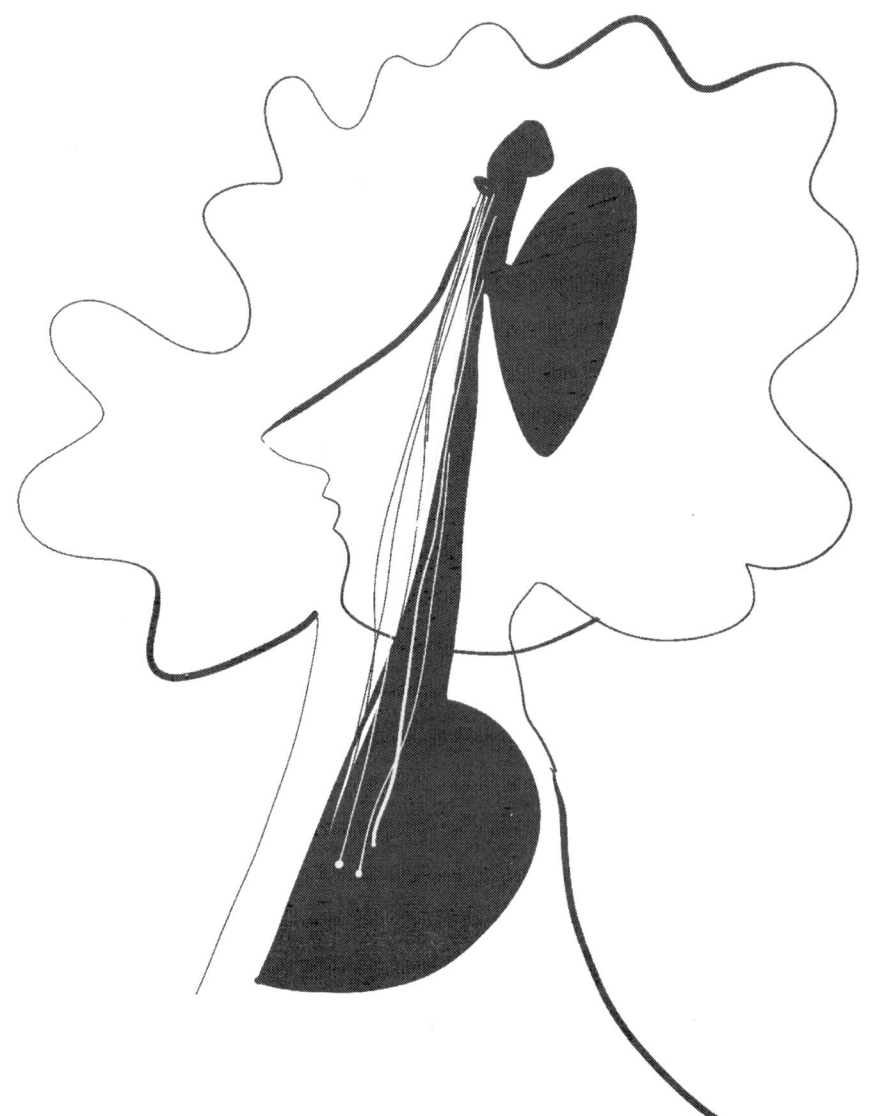

ஒரு மரத்தைச் சாய்த்துதான்
இந்த வீணை செய்யப்பட்டிருக்கிறது
ஒருமுறை நீ மீட்டி வை
ஒரு வனம் உருவாகட்டும்

ஒரு மரம் வைக்கும்போது
நீங்கள் ஒரு
புத்தனையும்
வரவேற்கிறீர்கள்

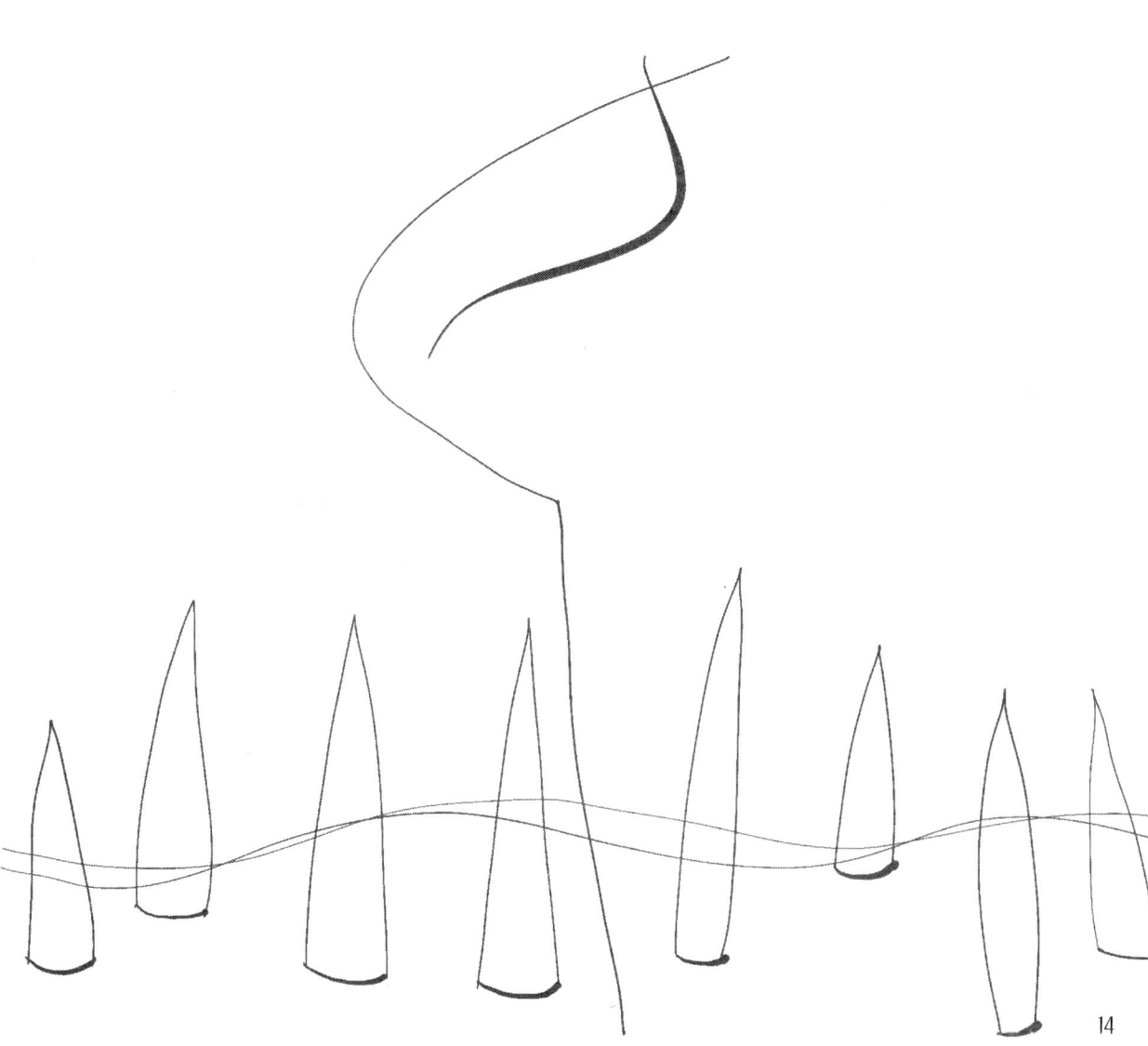

ரோஜா விற்பவனின்
குரலில் முள்

இலையின் நுனியில்
வழியும் மழைத்துளியில்
செல்ஃபி எடுத்துக் கொள்கிறது மரம்

தற்கொலை செய்துகொள்ள மனமில்லை
கிணற்றில்
நிலவைப் பார்த்தபிறகு

கூழாங்கல்லில் தெரிகிறது
நீரின் கூர்மை

பாரம் சுமந்து நடக்கிறது
வீரனை இழந்த
குதிரை

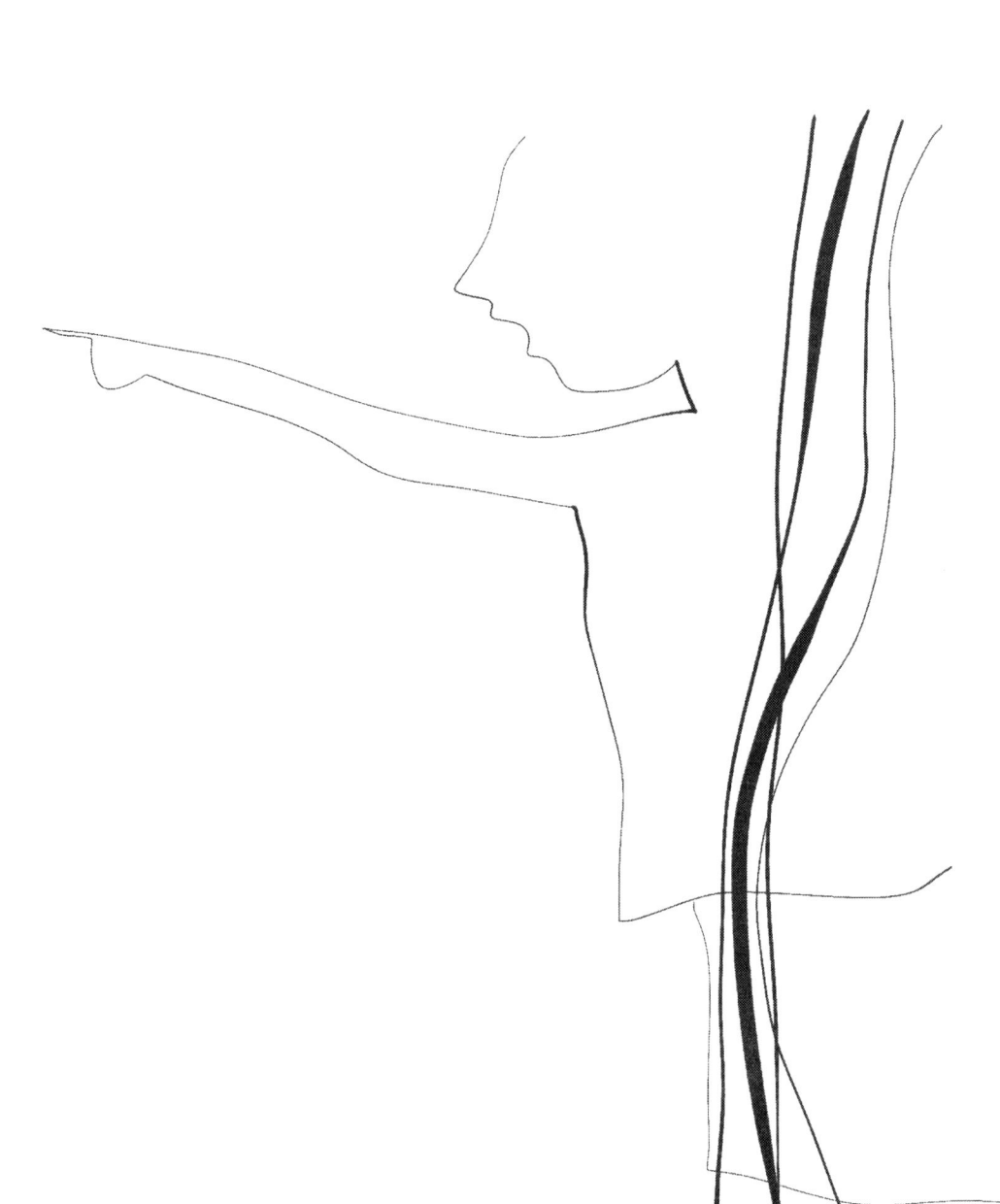

ஏலம் போடுபவன்
ஹைக்கூ சொல்கிறான்
ஒரு தரம், ரெண்டு தரம், மூணு தரம்

நிலவைக் காட்டி
சோறு ஊட்டியிருப்பாளா அம்மா
ஆம்ஸ்டிராங்கிற்கு

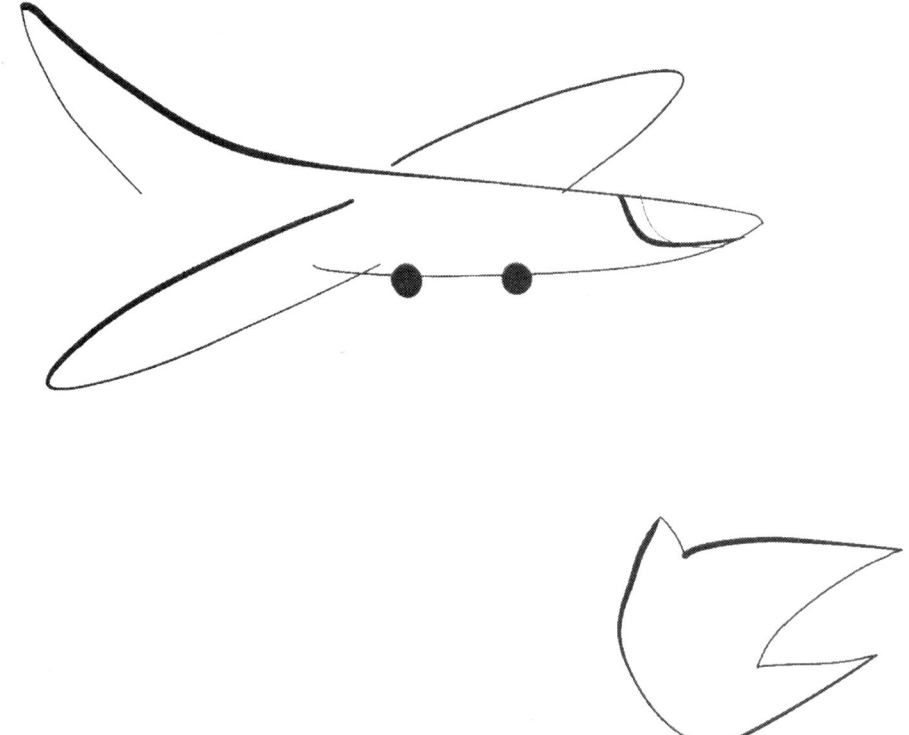

கொஞ்சம் குழம்பித்தான் போயிருக்கும்
பறவை
முதல் விமானம் பார்த்து

முதலில் தண்ணீர் இல்லை என்றார்கள்
இப்போது
ஆறே இல்லை என்கிறார்கள்

நிலவொளியில் மயானம்
அமைதியாய் வெட்டியான்
எங்கோ உதிர்ந்து கொண்டிருக்கிறது ஒரு பூ

வீட்டில் நிகழ்ந்த மரணம் அறியாமல்
எப்போதும்போல் கூவிக்கொண்டிருக்கிறது
குயில்

அடுத்த மழை
பார்ப்பதற்கில்லை
ஈசல்

மரத்தடியில்
வகுப்பெடுக்கிறார் ஆசிரியர்
கற்றுக்கொடுக்கிறது
மரம்

தீயை வலம் வந்ததன்
அர்த்தம் புரிகிறது
அடுப்படியில்

யார் கண்பட்டதோ
தெருவில் உடைந்து கிடக்கிறது
திருஷ்டிப்பூசணி

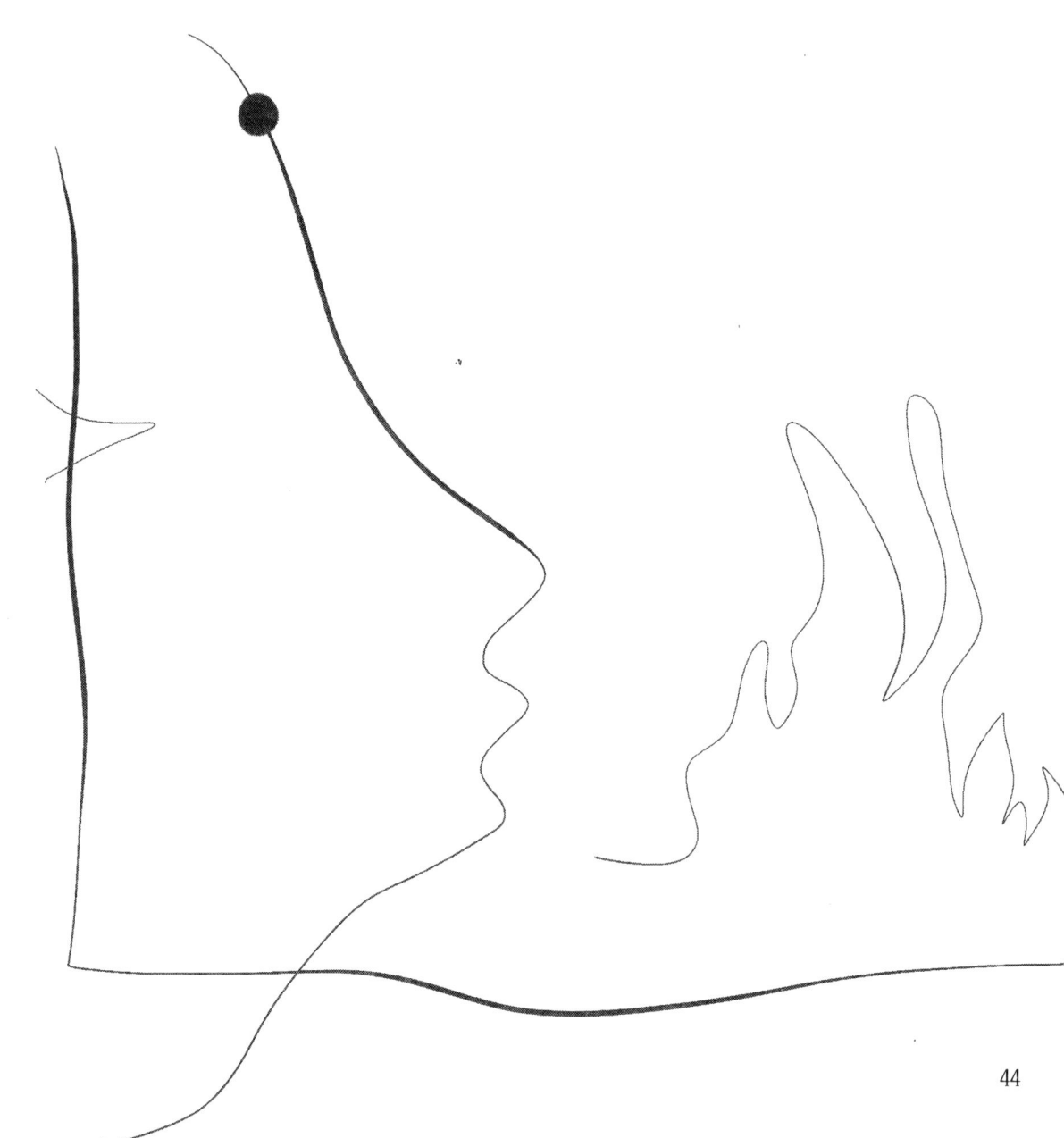

தூரத்தில் புகை
ஆளாளுக்குக்
கொளுத்திப் போடுகிறார்கள்

நுரைபொங்க வெள்ளம்
காற்றில் அசையும்
நாணல் பூக்கள்

குழந்தைகள் ஊருக்குப்போன நேரம் பார்த்து
முற்றத்தில் பூத்திருக்கிறது
பவழமல்லி

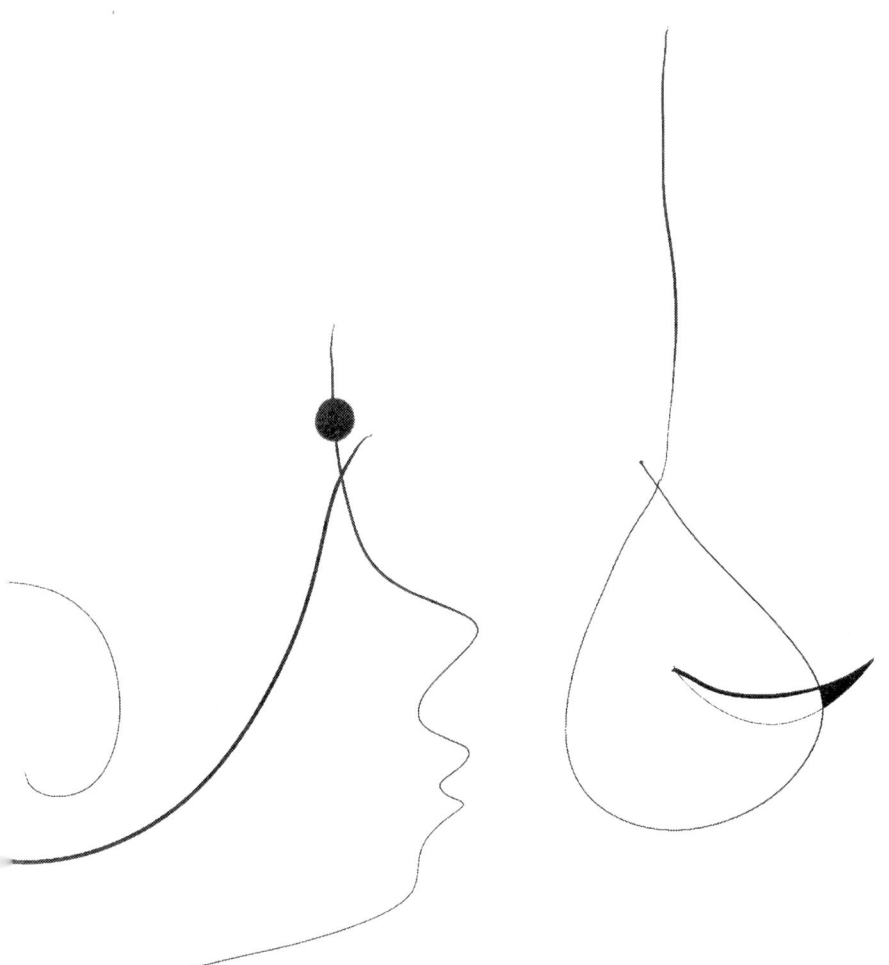

தூக்குக் கயிற்றினூடே
முகம் காட்டுகிறது
நிலா

படம் எடுக்கிறது காற்றில்
பாம்புச்சட்டை

எல்லோரும் சொன்னபிறகு
என்ன சொல்வான்
புத்தாண்டு இரவில் குடுகுடுப்பைக்காரன்

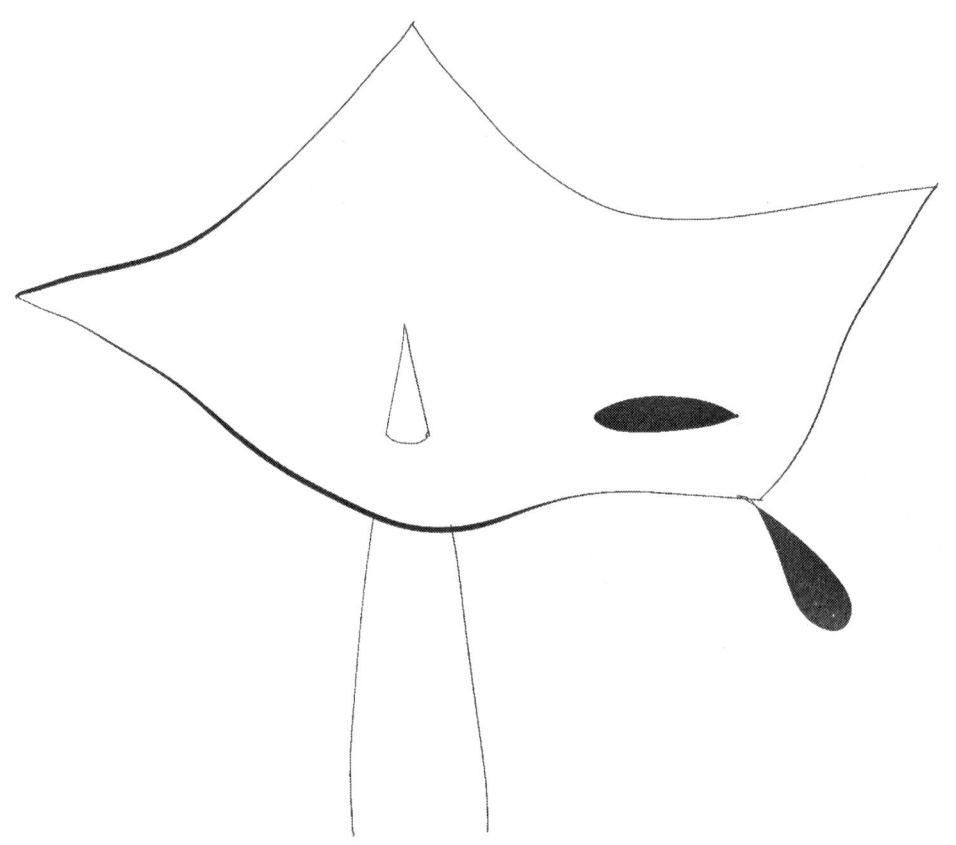

சிறுநீர் கழித்து முடித்தபின்பும்
முடியவில்லை
முள்ளில் சிக்கிக் காற்றில் படபடக்கும் ஒரு பக்கக் கதை

முற்றத்து ஊஞ்சலில் ஒருமுறைகூட
அமர்ந்து பார்த்ததில்லை
அப்பாவை

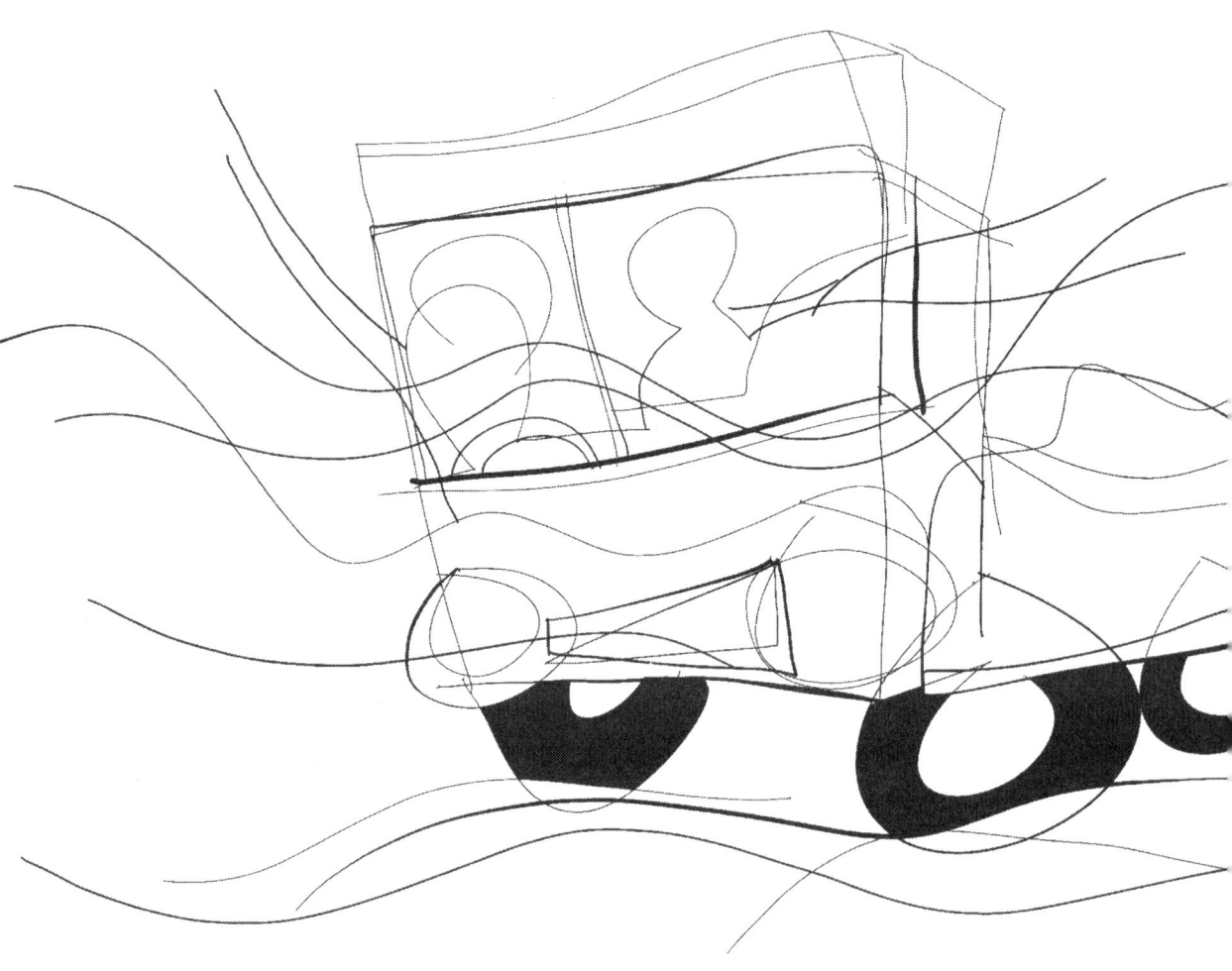

ஆற்று வெள்ளம்
அள்ளிக்கொண்டுபோகிறது
மணல் லாரிகளை

ஹைக்கூ வரிசையில்
வருவாரா
வாமனன்

அடையாளத்துக்கான
தழும்பைக் காட்டும்போதெல்லாம்
நினைவில் வருகிறார்கள்
கவிதாவும் கணக்கு வாத்தியாரும்

எல்லைத் தாண்டியும்
கேட்டுக் கொண்டிருக்கிறது
பிரார்த்தனை

நீ ஐந்துமுக விளக்கை
ஏந்தி வருகையில்
ஏழு சுடர்

வீடு கட்டும் எண்ணம் பிறக்கிறது
பறவையின் அலகில்
சுள்ளியைப் பார்க்கும்போது

பதித்த எல்லாத் தடங்களும்
அடுத்த அலைவரைதான்

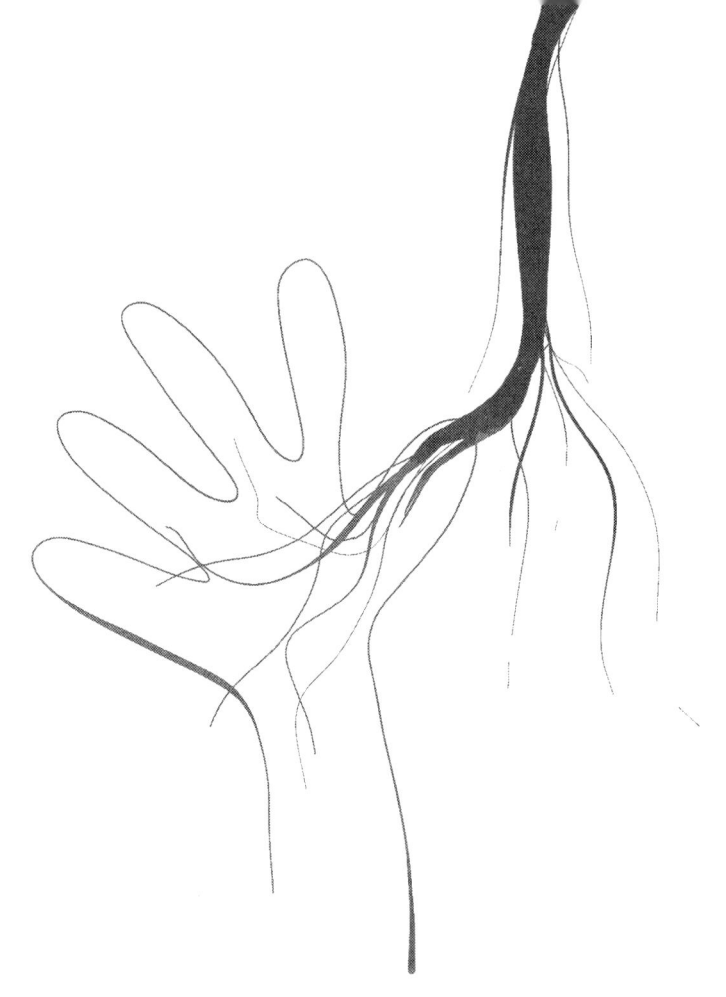

என் மிச்சரேகைகள்
எங்கள் ஊர்
ஆலம் விழுதுகளில்

நம் பெயர் பொறித்த
அதே இடத்தைக் கொத்திக்கொண்டிருக்கிறது
மரங்கொத்தி

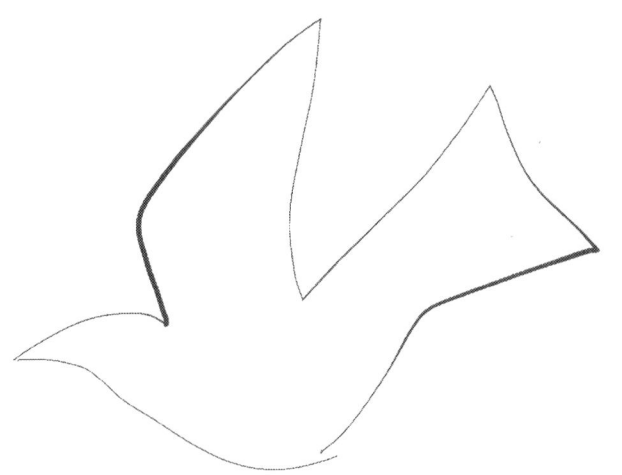

சட்டென எதையாவது
உணர்த்திவிட்டுப் போகிறது
பறவையின் நிழல்

நீ நடந்து வருவதைப் பார்த்த பின்பும்
யார் சொல்வது
நிறைகுடம் தளும்பாது என்று

பூப்போல விழுகிறது
தண்ணீரில்
சருகு

சற்று ஒதுங்கி நட
உனக்குப் பின்னால் வானவில்

என் கவிதைகளைக் கிழித்து
மகள் கப்பல் விட்டுக்கொண்டிருக்கிறாள்
இன்னொரு கவிதை

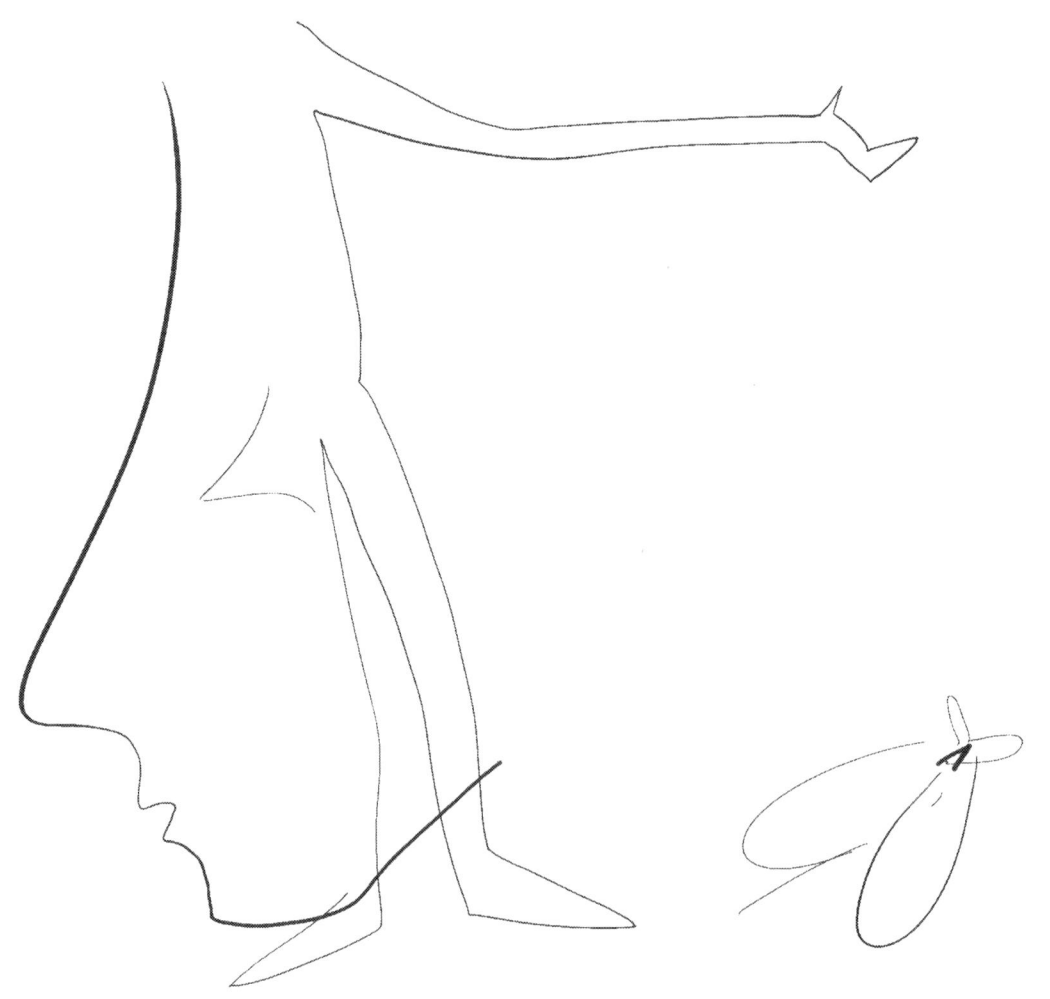

அப்படி ஒன்றும் செய்துவிடவில்லை
போகிற போக்கில்
ஒரு கரப்பான் பூச்சியைப் புரட்டிப் போட்டேன்

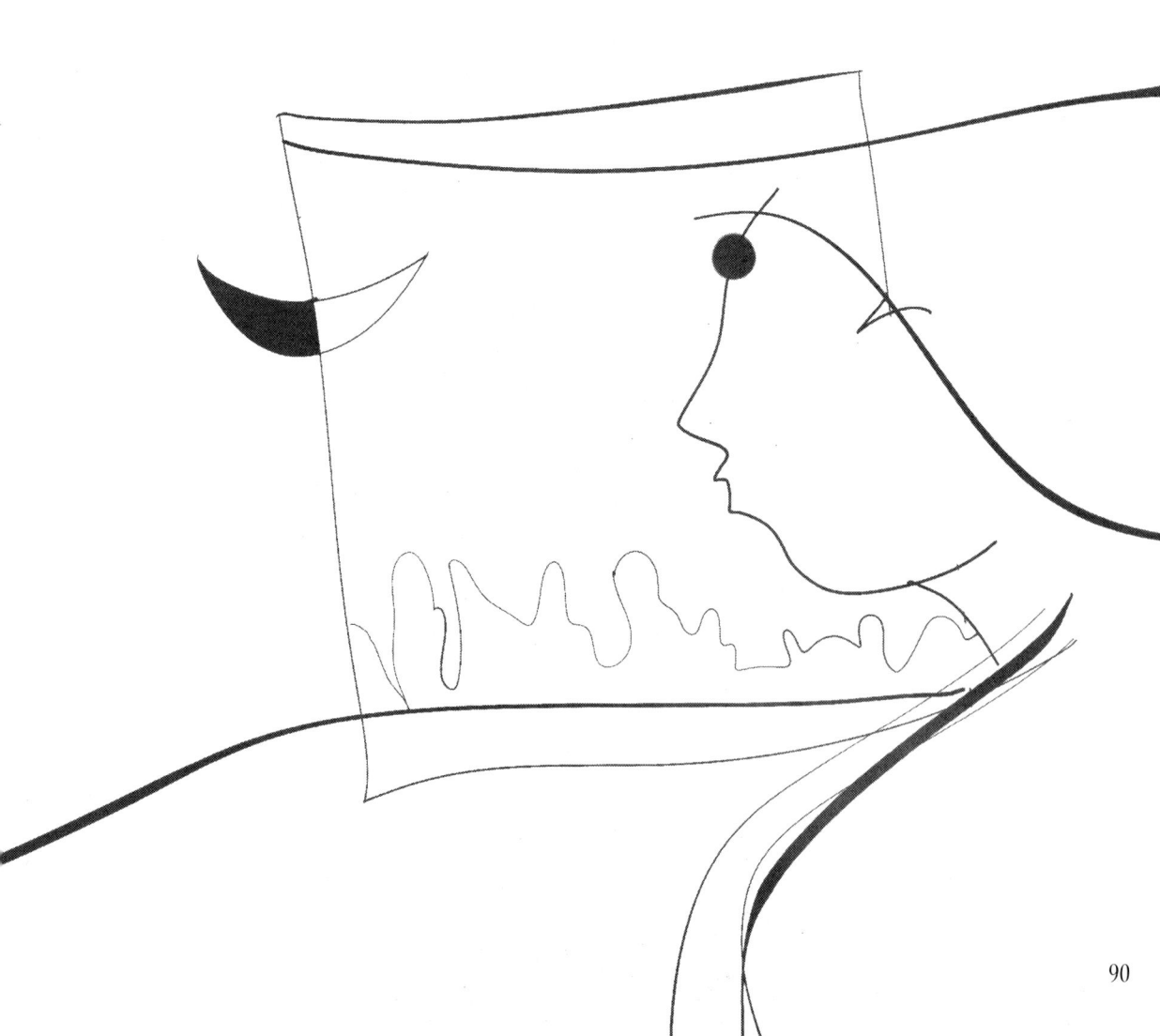

என்கூடவே பயணித்த நிலவை
அந்த ஜன்னலோரத்து இருக்கைக்காரன்தான்
எடுத்துச் சென்றிருக்கவேண்டும்

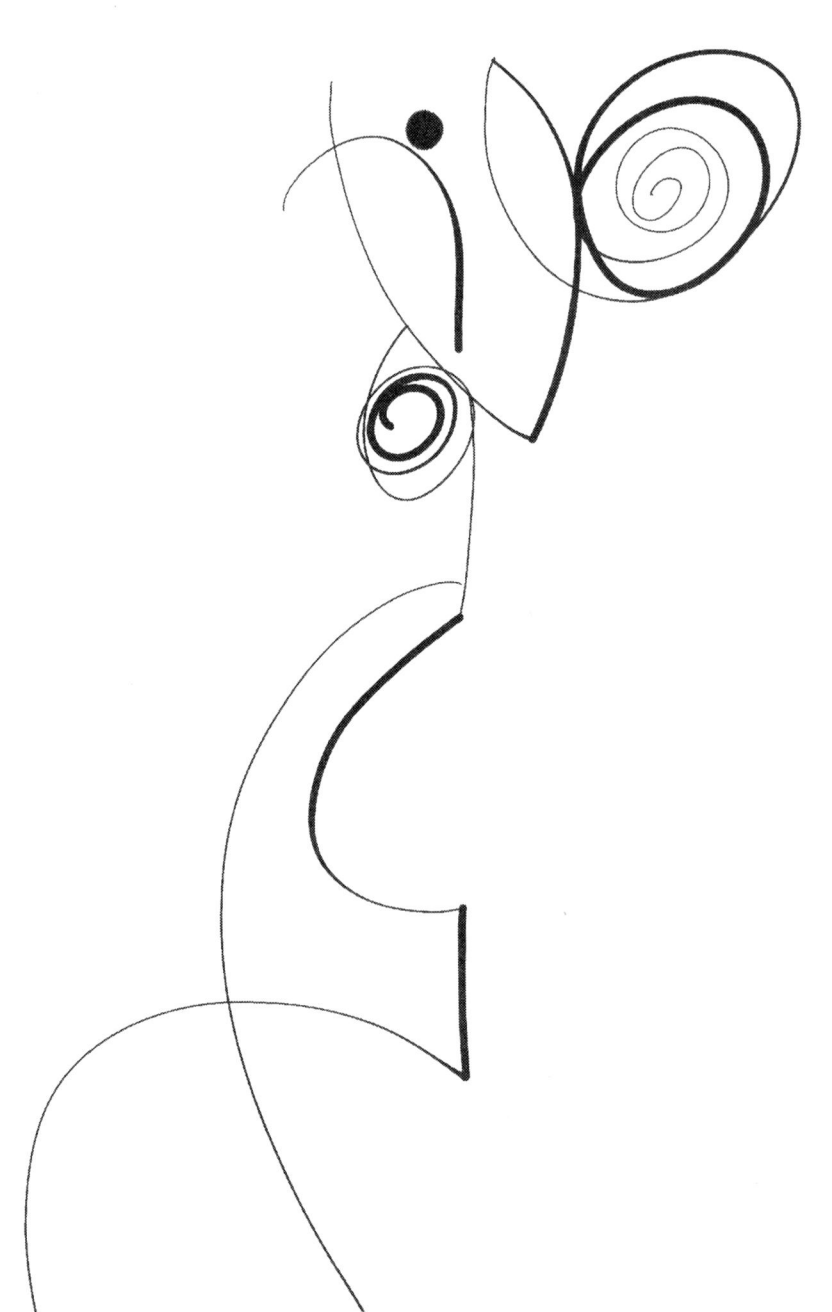

நீ நீர் இறைக்க வருகிறாய் என்பதை
அறிந்துதான்
விழுந்து கிடக்கிறது நிலா

இன்னும் கூவித்தான்
விற்க வேண்டியிருக்கிறது
பூக்களை

வெள்ளைக் காகிதம்
ஜன்னல் வழியே வந்து விழுகிறது வெளிச்சம்
இதைவிட வேறென்ன எழுதிவிடப்போகிறேன்

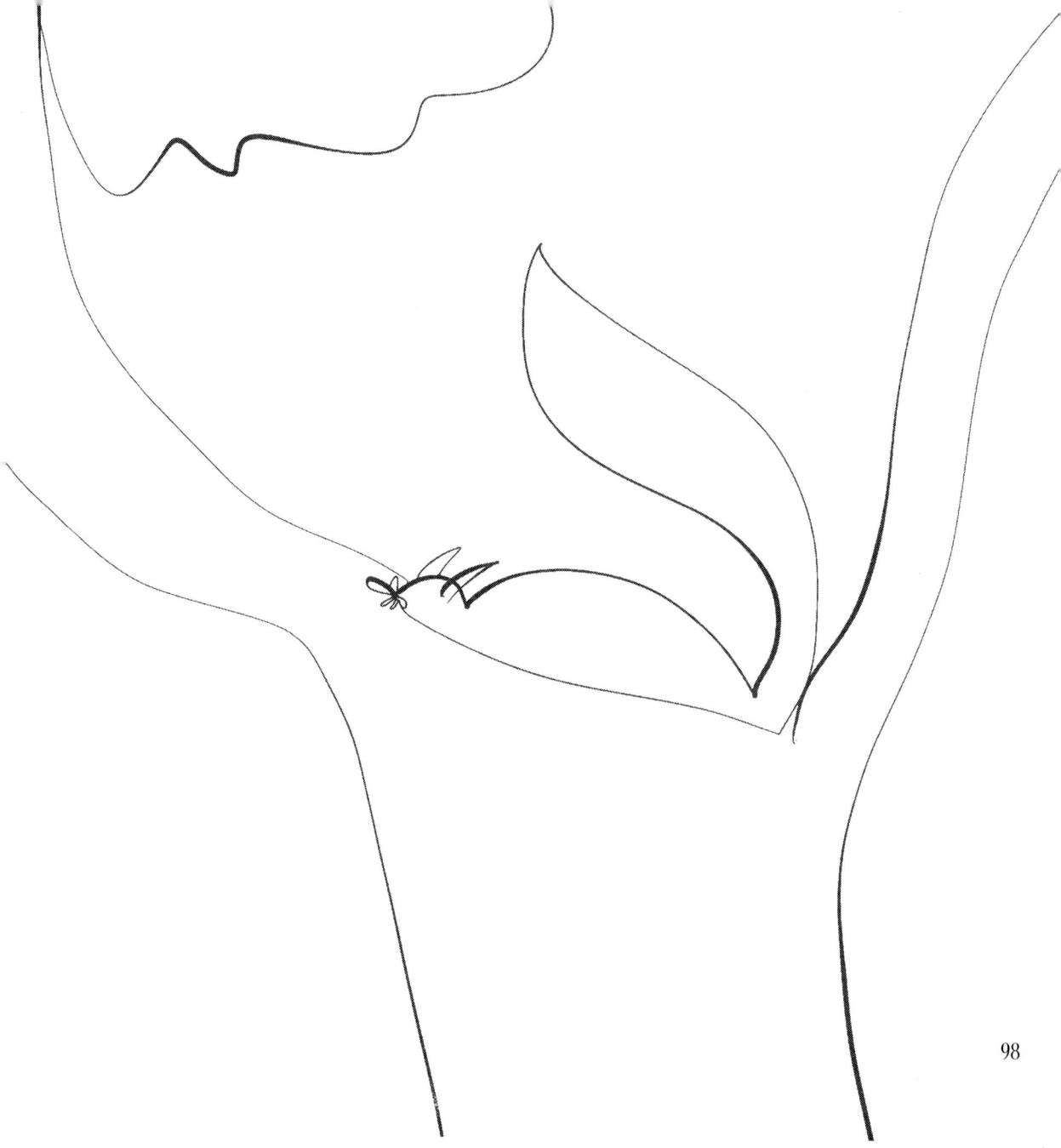

உதிர்ந்துகிடக்கும் பூக்களில் ஒன்றை
வாயில் கவ்வியபடி
மரம் ஏறிக்கொண்டிருக்கிறது அணில்

மான் அருந்தும் நீரில்
புலியின் பிம்பம்

அணிந்துரை
கவிக்கோ **அப்துல் ரகுமான்**

ஹைக்கூ இலக்கணம் என்ன?
ஹைக்கூவிலேயே சொல்கிறார் லிங்கூ...

சட்டென எதையாவது
உணர்த்திவிட்டுப் போகிறது
ஒரு பறவையின் நிழல்

ஏதேனும் ஓர் இயற்கையைக் காட்டி எதையாவது உணர்த்தினால் அது ஹைக்கூ ஆகிவிடும்.

நிலவொளியில் மயானம்
அமைதியாய் வெட்டியான்
எங்கோ உதிர்ந்து கொண்டிருக்கிறது ஒரு பூ

என்ற லிங்குவின் ஹைக்கூவே சான்று.

ஹைக்கூவைச் சிந்தித்துச் சிரமப்பட்டு எழுதவேண்டியதில்லை. ஹைக்கூக்கள் அங்கங்கே சிந்திக் கிடக்கும். அதை அடையாளம் கண்டு எடுத்துக் கொள்ள வேண்டும்.

ஒரு நல்ல கேமராக்காரனின் பார்வை உள்ளவன் நல்ல ஹைக்கூ கவிஞனாகிவிடுவான்.

லிங்குசாமி ஹைக்கூ எழுதுவதில் வியப்பேதும் இல்லை. அவர் இயக்குநர். கேமராப் பார்வை உடையவர். அதனால் பூந்தோட்டத்தில் பூப் பறிப்பதைப் போல ஹைக்கூக்களைப் பறித்து விடுகிறார்.

எந்தக் கவிதை, படிக்கிறவனின் மனதில் ஒரு கவிதையைத் தூண்டுகிறதோ அது நல்ல கவிதை.

ஒரு மரம் வைக்கும்போது
நீங்கள் ஒரு புத்தனையும்
வரவேற்கிறீர்கள்

என்ற கவிதையைப் படித்தபோது எனக்கொரு கவிதை தோன்றியது.

மரம் பயந்தது
நான் யாருக்கோ
புத்தருக்கோ இயேசுவுக்கோ

தற்கொலை செய்துகொள்ள மனமில்லை
கிணற்றில்
நிலவைப் பார்த்த பிறகு

இந்தக் கவிதையைப் படித்தபோது

யாராவது எனக்கு நீர் கொடுங்களேன்
என் கிணற்றைப் பிடித்துக் கொண்டது
இந்த இளங்கொடி

என்ற சியோனின் ஹைக்கூ நினைவுக்கு வந்தது. சியோனியின் கவிதையைவிட லிங்கூவின் கவிதையில் ஆழம் அதிகம்.

ஜென் குரு ஒருவர் போதனை செய்ய மரத்தடியில் இருந்த மேடையில் ஏறினார். அப்போது குயில் ஒன்று பாடத் தொடங்கியது. குரு அமைதியாக இருந்தார். குயிலின் பாட்டு நின்றது. குரு பாடம் முடிந்தது என்று கூறி இறங்கிப் போய்விட்டார். இந்த அற்புதமான வகுப்பை நினைவூட்டுகிறது லிங்குவின் இந்த ஹைக்கூ.

மரத்தடியில்
வகுப்பெடுக்கிறார் ஆசிரியர்
கற்றுக் கொடுக்கிறது மரம்

இலக்கணம் மீறி எதையும் பாடினால் அது சென்ரியூ ஆகிவிடும் லிங்குவிடம் சென்ரியூக்கள் அதிகம்.

யார் கண்பட்டதோ
தெருவில் உடைந்து கிடக்கிறது
திருஷ்டிப் பூசணி

இந்த சென்ரியூ நகைச்சுவையோடு மூட நம்பிக்கையைச் சாடுகிறது. இது நகைச்சுவை என்றால் இது அதிர்ச்சி ஊட்டும் சோகம்.

தூக்குக் கயிற்றின் ஊடே
முகம் காட்டுகிறது
நிலா

லிங்குசாமிக்கு ஹைக்கூ நன்றாக வருகிறது. இது அபூர்வ வரம். அவர் திரைப்படங்கள் பிடிப்பதோடு நின்றுவிடாமல் ஹைக்கூப் படங்களையும் எடுக்க வேண்டும்.

– 24.03.2016
பனையூர், சென்னை

வாழ்த்துரை

கவிஞர் **ஜெயபாஸ்கரன்**

1990 - களின் தொடக்கத்தில் நான் கவிஞர் லிங்குசாமியைச் சந்தித்தேன். கவிஞர்களுக்குக் கரம் கொடுத்து, அவர்களது கவிதைகளுக்கும் காதுகொடுக்கின்ற இலக்கியப் பேரார்வம் அவருக்குள் இருந்தது. சென்னையில் எண்:18, சாரதாம்பாள் தெரு, சாலிக்கிராமம் எனும் முகவரியில் அப்போது அவர் மையங்கொண்டிருந்தார். அதே தெருவின் முனையில் பெட்டிக்கடையொன்றுக்கு அருகிலிருந்த பூவரசமர நிழலில் நின்றுதான் நான் என் நெடுங்கவிதையான "ஆலமரம்" கவிதையை அவருக்கும் கவிஞர் பிருந்தாசாரதிக்கும் சொன்னேன். என் ஆலமரத்துக்கு ஒரு பூவரசமரத்தின் கீழே நின்று லிங்குசாமியும், பிருந்தாசாரதியும் அளித்த அந்த அங்கீகாரமும் வரவேற்பும் மனதிற்கு இனியவைகளாக இன்னமும் எனக்குள் உறைந்திருக்கின்றன.

சுறு சுறுப்பும், அகலக் கண் விரித்து எதையும் அறிந்து கொள்ள முனைகிற பேரார்வமும், நற்பண்புகளையும் கொண்ட ஓர் அழகான இளைஞனாக அப்போது என்னை வெகுவாகக் கவர்ந்த லிங்குசாமி, மேற்குறிப்பிடப்பட்டுள்ள ஒவ்வொன்றுடனும் இன்றைக்கும் அப்படியேதான் இருக்கிறார். ஆனால் எவ்வளவோ தூரம் கடந்து வந்திருக்கிறார். எல்லோரும் வியந்து நோக்கும்படி கலையுலகிலும் கவிதையுலகிலும் எவ்வளவோ செய்திருக்கிறார். வாழ்க்கை முறையில் அவரது அகவியல் அரிதானது, அருமையானது. கவிதைகளைத் தேடித் தேடிப் படிப்பதிலும், "முகாம்" பேதம் பார்க்காமல் அவற்றைச் சுவைத்து வியப்பதிலும் இயல்பாகவே அவர் கொண்டிருக்கும் ஈடுபாடு உளப்பூர்வமானதும், உண்மையானதும் ஆகும்.

குழந்தைக்கு அன்னை ஊட்டும் கச்சிதமான உணவுக் கவள உருண்டைகளாக, தமது கவிதைகளை அவர் முன்வைக்கும் விதம் அழகானது. நற்கூறுகள் ஒன்றிணைந்து செறிவேறிச் சிவந்த வளமான மண் பரப்பாக அவருடைய கவிதை மனப்பரப்பு விரிந்திருப்பதன் விளைவாகவே அவரது மரங்களும் கனிகளும் வளமோடு இருப்பதாக நான் கருதுகிறேன்.

கவிதைகளைப் படைப்பதில் தனக்கென ஒரு பாணியை வகுத்துக்கொண்டிருக்கிறார் லிங்குசாமி. அந்த பாணியிலும் ஏராளமானவர்கள் எழுதுகிறார்கள். ஆனால் அந்தப் பாணியில் மட்டுமே எழுதி, அவ்வகையில் எழுதுவோரை மட்டுமல்ல, எல்லோரையுமே திரும்பிப் பார்க்க வைத்துக் கொண்டிருக்கிற பெருமை லிங்குசாமிக்கே உரியது.

குறுங்கவிதை வடிவில், "லிங்கூ" எனும் பெயரில் அமைகின்ற அவரது கவிதைகள் தமிழ் இலக்கிய உலகின் ஏற்புக்கு உரியவைகளாக மாறியிருக்கின்றன; குறுகிய காலத்திலேயே நெடுந்தூரம் பயணித்திருக்கின்றன; கரவொலிகளோடு சேர்ந்து பரவலாகச் சென்றடைந்து கொண்டும் இருக்கின்றன. உயிருள்ள எதுவொன்றும் பரவிக்கொண்டே இருக்கும், பறந்து கொண்டே இருக்கும் என்பதற்கு லிங்குசாமியின் கவிதைகளும் கூடச் சிறந்த நற்சான்றுகள் தாம். இதை எந்த இலக்கிய விமர்சகரும் மறுக்கமுடியாது, இனிமேல் மறைக்கவும் முடியாது. அவரது முதல் தொகுப்பான "லிங்கூ"வின் கவிதைகள் அனைத்தும் இலக்கியச் சுவைஞர்கள் தங்களுக்குள் "சொல்லிப் பகிர்ந்து கொள்ளும் சொத்துகளாக" மாறியுள்ளன. ஒரு கவிதை நல்ல கவிதைதான் என்பதற்கான அடையாளம், அது படிப்போரையும் படைக்கத் தூண்டும் என்பதுதான். லிங்குசாமியின் கவிதைகள் படிப்போரை படைக்கத் தூண்டுகின்றன, பகிர்ந்து கொள்ளத் தூண்டுகின்றன, மனதில் பதித்துக் கொள்ளவும் தூண்டுகின்றன.

பல கவிஞர்கள் பல நூறு பக்கங்களில் தங்களது கவிதைகளை நிறையவே அள்ளி அள்ளி வைக்கிறார்கள். அவற்றை எவ்வளவு சாப்பிட்டாலும் யாருக்கும் நிறைவான ஏப்பம் வருவதே இல்லை.

ஆனால் லிங்குசாமி போன்றவர்கள் குறைவாகவே படைத்துப் பரிமாறுகிறார்கள். நிறைந்தும், குளிர்ந்தும் கூத்தாடுகிறது மனது. இலக்கியங்களில் நிறைவு என்பது அதன் பக்கங்களில் இல்லை, அவற்றின் பொருளில் தான் இருக்கிறது. பொருள் பொதிந்த கவிதைகளைப் படைத்தளிக்கிறார் லிங்குசாமி. விரித்தும், விவரித்தும். உரையாற்ற ஏதுவானவை அவரது கவிதைகள். அவரது அனைத்துக் கவிதைகளையும் நான் அறிவேன். அவை யாவும் எனக்கு மனப் பாடங்களாகிவிட்டன. நண்பர்களிடமும், கூட்டங்களிலும் சுவை சொட்டச் சொட்ட அவற்றைச் சொல்லுவதையும் நான் ஒரு வழக்கமாகக் கொண்டிருக்கிறேன். இன்றைய நிலையில் லிங்குசாமியின் கவிதைகளை அவரைக் காட்டிலும் ஏற்ற இறக்கங்களோடு, பொருளுணர்த்தும் வகையில், சிறப்பாகச் சொல்ல என்னால் முடியும். அது என் வெற்றியல்ல, லிங்குசாமியின் வெற்றி. அற உணர்வோடு ஏற்றுக் கொள்ள முடியாதவற்றையும், மற்றவர்களுக்குச் சொல்லலாம் என்கிற விருப்பத்தோடு எடுத்துச் செல்ல முடியாதவற்றையும், எழுதித் தள்ளுவோருக்கிடையே நின்று, ஏற்றுக் கொள்வதற்கும், எடுத்துச் செல்வதற்கும் ஏதுவாக எழுதிக் கொண்டேயிருக்கிறார் லிங்குசாமி. அவரது உளப் பண்புகளும் படைப்புகளும் வேறு வேறானவை அல்ல என்பதால் பல படைப்பாளிகள் இயல்பாகவே அவருடன் இணைந்து பயணித்துக் கொண்டிருக்கிறார்கள். நாகரிகமானதொரு நட்புறவாகவும், கவிதையுறவாகவும், கலையுறவாகவும், திகழுகின்ற லிங்குசாமி மிகவும் கூர்த்த மதியை உடையவர். ஆனால் அவரது மதிக்கூர்மை யாரையும் "பதம்" பார்ப்பது கிடையாது. எண்ணங்களாலும், எழுத்துகளாலும் மேம்பட்டு நிற்பவர்களே சிறந்த படைப்பாளிகளாக இருப்பார்கள் என்பதற்கான சிறந்த சான்றாக லிங்குசாமியையும் அவரது கவிதைகளையும் பெருங்குரலில் நானும் முன்மொழிந்து கொண்டிருக்கிறேன், ஏராளமான இலக்கிய அன்பர்கள் வழிமொழிந்து கொடிண்டிருக்கிறார்கள்.

அங்கதம், ஞானம் ஆகிய இரண்டு களங்களில் லிங்குசாமியின் குறுங்கவிதைகள் அழகழகான நீர்நிலைகளைப் போல விரிகின்றன. இந்த இரண்டு நிலைக் கவிதைகளிலும் கவிதைக்கே உரிய அழகியல்

கூறுகள் பேரழகாகச் சுடர்விடுவதுதான் அவரது கவிதைகளின் தனிச்சிறப்பாகும். நிகழ்த்துக் கலைகளைப் போல, கவிதைகளில் "நெகிழ்த்துக் கலை" மிக நன்றாக வசப்படுகிறது லிங்குசாமிக்கு. கண்களை மூடிக்கொண்டு கேட்டாலும் காட்சிகளாக விரிகின்ற உன்னதமான இலக்கியத்தரம் அவரது பெருவாரியான கவிதைகளில் இடம் பெற்றிருப்பதை வியந்து பாராட்டாமல் இருக்க முடியவில்லை. சான்றாக,

> நீ ஐந்து முக விளக்கை
> ஏந்தி வருகையில்
> ஏழு சுடர்

எனும் கவிதை ஒரு பரவச உணர்வுக்கு நம்மை உட்படுத்தி விடுகிறது.

> குழந்தைகள் விளையாடும் மரத்தடியில்
> பழத்தை நழுவ விடுகிறது
> அணில்

நினைத்துப் பார்க்கும் போதே இந்தக் கவிதை நம்மை நெகிழ வைக்கிறது. இயற்கையின் மரங்களையும், குழந்தைகளையும், ஐந்தறிவு உயிர்களையும், ஒரு சேர நேசிக்கும் மாபெரும் தாய்மையின் வெளிப்பாடு இந்தக் கவிதை. அதேபோல,

ஒரு மரத்தைச் சாய்த்துதான்
இந்த வீணை செய்யப்பட்டிருக்கிறது
ஒரு முறை நீ மீட்டி வை
ஒரு வனம் உருவாகட்டும்

எனும் கவிதை நினைக்கும் போதெல்லாம் என்னைச் சிலிர்க்க வைத்து எனக்குள் ஒரு சிந்தனைக் கிளர்ச்சியை ஏற்படுத்திக் கொண்டேயிருக்கிறது. இதில் பொதிந்துள்ள அழகியல், உச்சம் தொடுகின்ற ஓர் உன்னத உணர்வாகும்.

நிலவொளியில் மயானம்
அமைதியாய் வெட்டியான்
எங்கோ உதிர்ந்து கொண்டிருக்கிறது
ஒரு பூ

எனும் மற்றுமொரு கவிதை, உணர்வோரை உறைய வைக்கின்ற வகையில் பொருள் உரைத்து நமக்குள் சிறு நடுக்கத்தை ஏற்படுத்துகிறது.

கூழாங்கல்லில் தெரிகிறது
நீரின் கூர்மை

என்கிற கவிதைக்கு எத்தனை "அட" போட்டாலும் தகும். நீருக்கு நிறமில்லை, சுவையில்லை, மணமில்லை, வடிவமில்லை என்பதெல்லாம் அறிவியல் உண்மைகள் தான். ஆனால் கரடுமுரடான கற்களையே வழவழப்பாக மாற்றுகின்ற கூர்மை நீருக்கு உண்டு எனும் லிங்குசாமியின் பார்வை, பளபளப்பான ஒரு பார்வை. இயற்கையின் செயல்பாடுகள் பற்றிய பெருமிதம் நிறைந்த ஓர் இலக்கியப் பார்வை.

> இலையின் நுனியில்
> வழியும் மழைத்துளியில்
> செல்ஃபி எடுத்துக் கொள்கிறது மரம் -

என்ற இந்தக் கவிதை மரங்களோடும், அவற்றின் இலைகளில் வழிகின்ற மழைத்துளிகளோடும், கவிதையால் விளையாடுகின்ற ஓர் அழகியல் அங்கதமாக வெளிப்பட்டிருக்கிறது.

லிங்குசாமியின் குறுங்கவிதைகளைப் போகிற போக்கில் புரட்டிப் படித்துவிட்டுப் போய்விட முடியாது. தேர்ந்த படிப்பாளிகளால் அப்படிப் போகவும் முடியாது. காரணம், அவரது கவிதைகள் படிப்பவர்களின் உள்ளத்துக்குள் விரிந்து, படர்ந்து, கிளர்ந்து, கிளைக்கின்ற தன்மை கொண்டவையாக இருக்கின்றன.

சில ஆண்டுகளுக்கு முன்பு லிங்குசாமியின் கவிதை ஓவியக் காட்சியொன்று சென்னையில் நடந்தது. அவரது "லிங்கூ" ஒவ்வொன்றுக்கும் அவரே வரைந்த ஓவியங்கள் காட்சிக்கு வைக்கப்பட்டிருந்தன. ஒரு நாள் மாலை ஒரு குழுவாக அந்தக் கவி ஓவியக் காட்சி அரங்கிற்கு வந்த வட இந்திய இளம்பெண்கள் சிலர், கவிதைகளுக்கான ஓவியங்களை மட்டும் பார்த்தபடி நகர்ந்து கொண்டிருந்தனர். அப்போது அந்த அரங்கப் பொறுப்பாளர் ஒருவர் ஓவியத்திற்கு அருகில் இருந்த ஒரு

கவிதையை சன்னமான தமிழில் படித்துக் காட்டி அதன் பொருளை இந்தியில் சொன்னார். அதற்குப் பிறகு அந்தப் பெண்கள் அவரை ஒவ்வொரு கவிதைக்கும் இந்தியில் விளக்கம் சொல்ல வைத்து ரசித்து மகிழ்ந்து மேலும் தங்களுக்குள் அந்தக் கவிதையைப் பற்றி இந்தியில் விரிவாகப் பேசிக்கொண்ட அந்தக் காட்சி அடிக்கடி என் நினைவுக்கு வருவதுண்டு. ஒரு நல்ல கவிதை ஏதோவொரு மொழியில் எழுதப்படலாம். ஆனால் அதன் பொருள் அனைத்து மொழிகளுக்கும் உரியது என்பதை அந்தக் காட்சி எனக்கு மீண்டும் ஒருமுறை உணர்த்தியது.

அங்கத உணர்வு, சிறு சிறு குறும்புத்தனங்கள் இவற்றுக்கு அப்பாற்பட்டு லிங்குசாமியிடமிருந்து பெருமளவில் வெளிப்படுபவை தத்துவ அழகியல் சார்ந்த கவிதைகளேயாகும். வாழ்வின் நிலையாமை மற்றும் இயற்கையியல் சார்ந்த அழகுணர்ச்சிகளோடுதான் அவரது பெரும்பான்மைக் கவிதைகள் இருக்கின்றன. அவரது முதல் தொகுதியான "லிங்கூ"வைக் காட்டிலும் இந்தத் தொகுதியில் அவரது தத்துவ அழகியல் அடர்த்தியானதாகவும், ஆழமானதாகவும் இருப்பதாக நான் கருதுகிறேன். காலம், நேரம், பருவம் பார்க்காமல் பெருமரம் ஒன்றிலிருந்து கனிந்து கனிந்து விழுந்து கொண்டேயிருக்கின்ற கனிகளைப் போல, வீரியமான விதைகளை உள்ளடக்கிக்கொண்டு அவரிடமிருந்து கவிதைகள் விழுந்து கொண்டேயிருக்கின்றன. அப்படி வந்து விழுகின்ற ஒவ்வொரு கவிதையும் அதை உள்வாங்கிக்கொள்வோரின் உளப்பரப்பிற்கு ஏற்ப வெளிச்சம் தருகின்ற விளக்குகளாக நின்று எரிகின்றன. எடுத்துக்காட்டாக,

முற்றத்து ஊஞ்சலில்
ஒரு முறை கூட அமர்ந்து பார்த்ததில்லை
அப்பாவை

எனும் இந்தக்கவிதை யாருமற்று ஆடுகின்ற, அல்லது வேறு யார் யாரோ அமர்ந்திருக்க ஆடுகின்ற ஓர் ஊஞ்சலை நம் கண்முன் கொண்டு வந்து நிறுத்துகிறது. அந்த ஊஞ்சலின் மீது இந்தக் கவிதையை அமர்த்தி அசைந்தாட வைத்து நாமும் சிந்திக்கிறோம். உண்மைதான்! உழைக்கிறவர்கள் எங்கே உட்காருகிறார்கள்? அவர்களது உழைப்பின் மீது உட்காருவதற்கோ நிறைய பேர் வருகிறார்கள், உட்கார்ந்து அனுபவிக்கப் போட்டி போடுகிறார்கள். கடினமான உழைப்பாளிகளுக்கு உழைத்த களைப்புதான் ஓய்வாகவும் மாறிவிடுகிறது. உழைப்பின்றிச் சுகம் காண்பவர்களுக்கோ உட்கார்ந்திருப்பதே பெருங்களைப்பாக மாறிப் போகிறது. உழைத்துத் தேய்ந்து பளபளக்கிறவர்கள், உட்கார்ந்து துருப்பிடித்து உருக்குலைந்து போகிறவர்கள் என்று இருவேறு மனிதர்கள் இவ்வுலகில் எப்போதும் இருக்கிறார்கள். உழைப்பவர்களால் மட்டுமே ஊஞ்சல்களை அமைக்க முடியும். உழைக்காதவர்களால் அவற்றில் உட்காருவதைத்தவிர வேறென்ன செய்ய முடியும்? முற்றத்து ஊஞ்சலில் ஒரு போதும் உட்காராத அப்பாக்கள் உருவமின்றியும், சொற்களின்றியும் நமக்கு எதையெதையோ சொல்லிக் கொண்டிருக்கிறார்கள். லிங்குசாமியின் அந்த ஊஞ்சல் காற்றில் ஆடவில்லை ஒரு கருத்தில் ஆடுகிறது. உழைப்பு, ஓய்வு என்கிற இரண்டு கூறுகளைக் குறித்து ஆழ்ந்து சிந்திப்போருக்கு இந்தக் கவிதை பல செய்திகளைச் சொல்லிக் கொண்டேயிருக்கும்.

எனது சொற்பொழிவுகளில் தலைப்புக்கும் தேவைக்கும் பொருத்தமான இடங்களில் லிங்குசாமியின் கவிதைகளை எடுத்தாள்வதை நான் வழக்கமாகக் கொண்டிருக்கிறேன். லிங்குசாமியின் கவிதைகள் மட்டுமல்ல, அவரைப் போன்ற பல இளம் கவிஞர்களின் அதியற்புதமான கவிதைகள் அனைத்தும் அவற்றை எழுதியவர்களின் பெயர்களோடு சேர்த்து எல்லாச் சபைகளுக்கும் எடுத்துச் செல்லப்பட வேண்டும் என்றும் விரும்புகிற நான் அவ்வாறே செய்தும் வருகிறேன். பாப்லோ நெரூடாவைத் தாண்டி வந்து பாரதிதாசனோடு நின்றுகொள்வது ஒரு "காய்ச்சல்" மனப்பான்மையாகும். இந்த மனப்பான்மையை பாப்லோ நெரூடாவும், பாரதிதாசனும் கூட விரும்ப மாட்டார்கள். லிங்குசாமியின்

கவிதைகளை சபைகளில் நான் முன்வைக்கும் தருணங்களில் கிடைக்கின்ற அமோகமான கரவொலி வரவேற்பில் அரங்கமே அதிர்வதுண்டு. உண்மையான கவிஞர்கள் எந்த அளவுக்குத் தன் கவிதைகளுக்கான தூதுவர்களைப் பெற்றிருக்கின்றார்களோ, அதைப் போல நூறு மடங்கு விரிந்த சுவைஞர்களின் கூட்டத்தையும் பெறுவார்கள். நிலை பெற்றுத் திகழுகின்ற கவிஞர்கள் அனைவரும் ஏராளமான தூதுவர்களைப் பெற்றவர்களேயாவர். லிங்குசாமியும் நிறைய தூதர்களை நாள்தோறும் பெற்றுக்கொண்டிருக்கிறார். சுமை எனும் சிரமம் இல்லாமல் நினைவில் ஏந்திச் செல்ல ஏதுவான வரி வடிவிலும், எல்லோரிடமும் சொல்வதற்கான தரத்தகுதியிலும் லிங்குசாமியிடமிருந்து கவிதைகள் வெளிவருகின்றன. அவரது உரையாடல்களில் கூட பளீர் பளீரென்று பல சொற்கள் கவிதைகளாகத் தெறிப்பதைப் பலமுறை நான் கேட்டிருக்கிறேன்.

ஒரு முறை தேசிய நெடுஞ்சாலையொன்றில் அவருடன் காரில் பயணித்த போது ஒரு நிறுவனத்தில் இருந்து வெளியே வந்த ஒரு பெரிய சரக்கு லாரி எங்களது மகிழுந்தை குறுக்காக மறித்து நிதானமாக வலது புறம் திரும்பியது "இவ்வளவு பெரிய லாரியா இருக்கே என்னப்பா இது?" என்று லிங்குசாமி சாதாரணமாகக் கேட்க, "அது ஹுண்டாய் கம்பெனியில் இருந்து கார்களை ஏற்றிக் கொண்டு துறைமுகத்துக்கு போகிற லாரி" என்றார் பிருந்தாசாரதி. "அப்படியானால் வந்து திரும்பியது ஒரு வண்டியில்லையா?" எனப் பட்டடென்று கேட்டார் லிங்குசாமி. நாங்கள் அனைவரும் வெடித்துச் சிரித்தோம். இதுதான் படைப்பாளிகளுக்கான உட்பார்வை இலக்கணம். இந்த இலக்கணத்தை இயல்பாகக் கொண்டிருப்பதாலேயே ஆகச்சிறந்த கவிதைகளை லிங்குசாமியால் படைக்க முடிகிறது. அதனாலேயே எம்மொழிக்கும் மொழிபெயர்க்க ஏதுவான தரத்திலும் அவை விளங்குகின்றன.

"கவிஞன் விவாதம் செய்பவன் அல்ல. அவனே தீர்ப்பு. சூரிய வெளிச்சம் ஓர் ஆதரவற்ற பொருள்மீது விழுவதைப் போல அவனுடைய தீர்ப்பு இருக்கும். மகத்தான கவிஞனுக்கு அற்பத்தனம்

என்றால் என்னவென்று தெரியாது. தெய்வீகத் தன்மை வாய்ந்த புதிய கவிஞர்கள் மனிதர்களையும், பொருள்களையும், சம்பவங்களையும் விளக்குவார்கள்" என்றான் வால்ட் விட்மன். அவனது இந்தக் கூற்றுக்கு முற்றிலும் பொருத்தமாக எழுதி இயங்கிக் கொண்டிருப்பவர் கவிஞர் லிங்குசாமி.

"பழம் விழுங்கிய பறவை
பறக்கிறது
ஒரு மரத்தைச் சுமந்து கொண்டு"

என்ற குகை மா. புகழேந்தியின் கவிதையைப் போன்ற பல்வேறு கவிஞர்களின் கவிதைகளை அவ்வப்போது அருகில் இருப்போரிடம் வியந்து வியந்து பகிர்ந்து கொள்வார் லிங்குசாமி. என்னைப் போன்றவர்கள் அவரது கவிதைகளை விழுங்கிய பறவைகளாகத்தான் பறந்து கொண்டிருக்கிறோம். அவற்றை ஆங்காங்கே விதைத்துக்கொண்டும் இருக்கிறோம். அவரது கவிதைகள் ஏற்கவும், சுவைக்கவும், விழுங்கவும், விதைக்கவும், வளர்க்கவும் ஏதுவானவை. இந்த உண்மையை உங்கள் கரங்களில் தவழும் இந்த நூல் உங்களுக்கு நிரூபணம் செய்யும். லிங்குசாமி தொடர்ந்து கவிதைகளைப் படைத்துக்கொண்டே இருக்க வேண்டும் என்றெல்லாம் நான் சொல்லமாட்டேன். பாய்கின்ற ஒரு ஜீவ நதியைப் போலவும், ஓய்ந்து நிற்கத்தெரியாத ஓர் ஊற்று போலவும், கனிந்து விழுகின்ற பழங்களைப் போலவும் அவர்படைத்துக் கொண்டேயிருப்பார். ஏனென்றால் "படைத்தல்" என்பது அவரது பிறப்பியல்பு.

நல்வாழ்த்துகள் லிங்குசாமி!

01.05.2016
திருவான்மியூர்
சென்னை - 41.